Learning My Native Language

Swahili Version

JANIPHER NAMBOOZE

Learning My Native Language

Is a children's language picture book that translates English to the native language.

It illustrates various daily activities in different home settings around the world.

Due to a lot of migration, the young generation is at risk of losing their heritage.

The ability to speak the basics of ones Native language is paramount.

We should not weaken the connection to our cultures and country of origin.

Parents and children will be delighted that this Edition was added to their bookshelf.

Copyright © 2020 Janipher Nambooze

All rights reserved. No part of this publication may be reproduced without prior permission of the copyright holder.
ISBN 978-0-6489852-1-1

I make my bed every morning

Ninatandika kitanda changu kila asubuhi.

My name is Grace

Jina langu ni Grace.

I am 4 years old

Niko na miaka mi ine.

I am a girl

Mimi ni msichana.

I am putting on my shoes

Nina vaa viatu vyangu.

Iam going to school

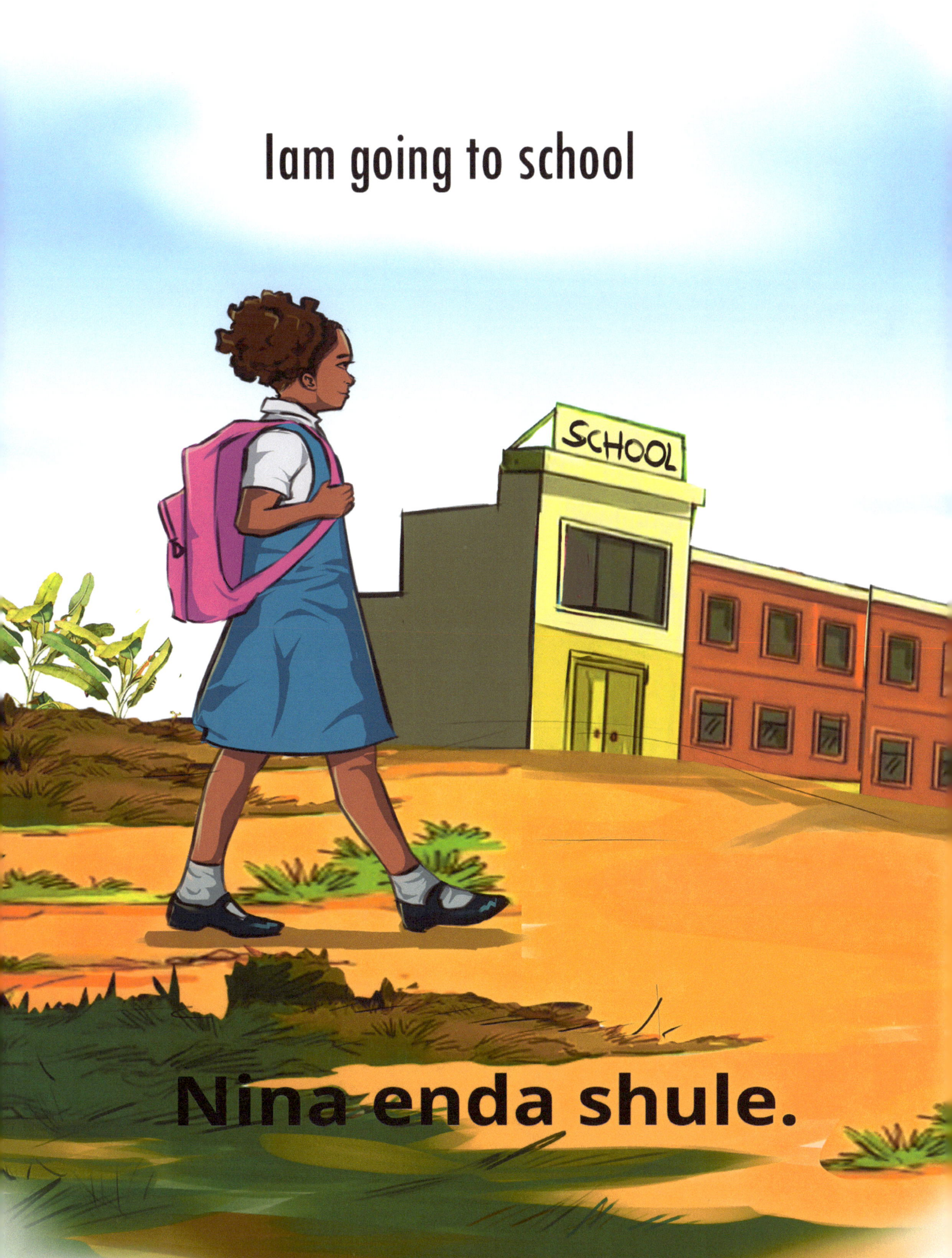

Nina enda shule.

How many kids are on the school bus today?

kuna watoto wangapi kwa basi ya shule leo?

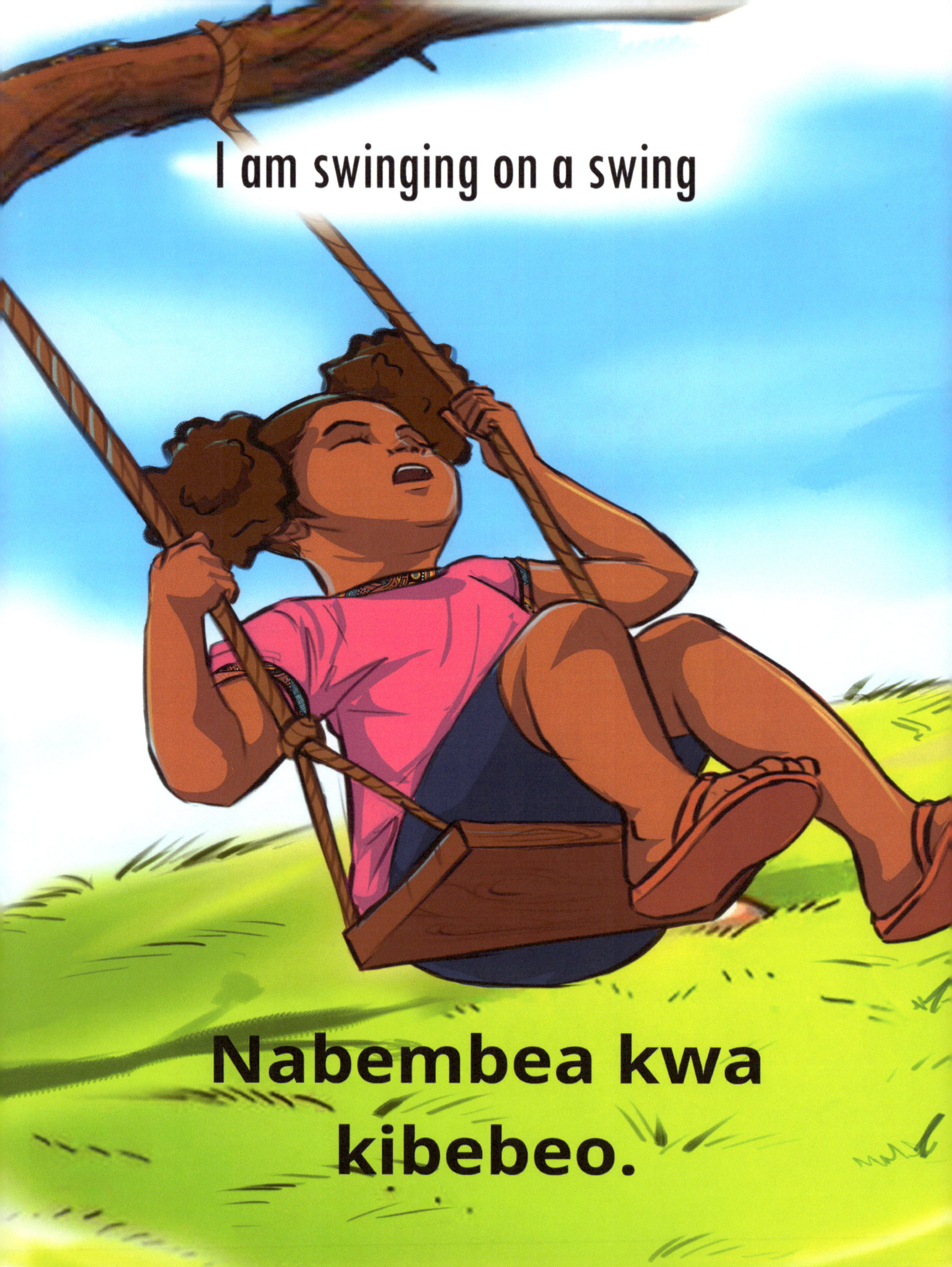
I am swinging on a swing

Nabembea kwa kibebeo.

The cat is chasing a rat

Paka anamkimbiza Panya.

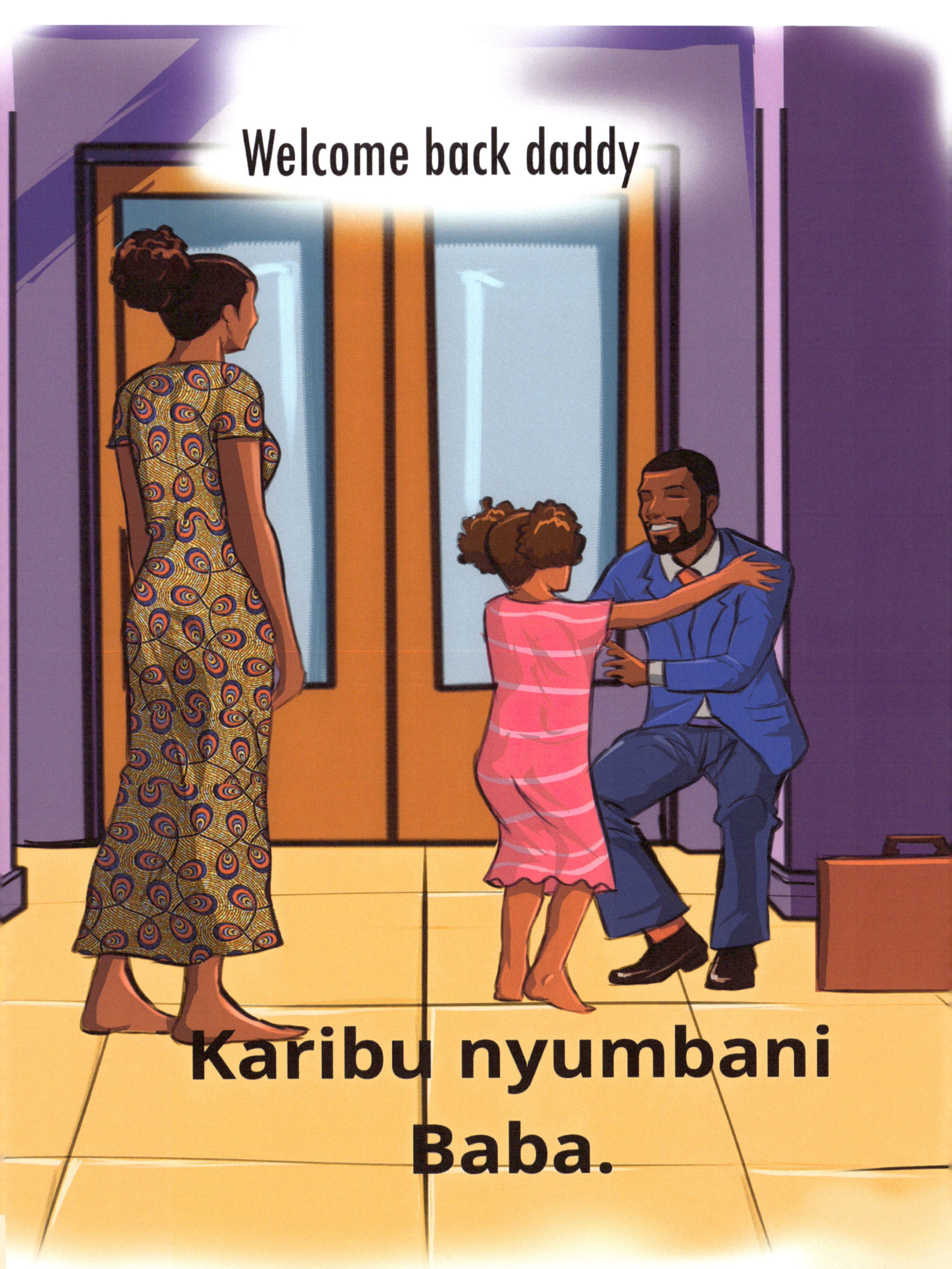

Back home the sun is shining

Nyumbani jua linawaka.

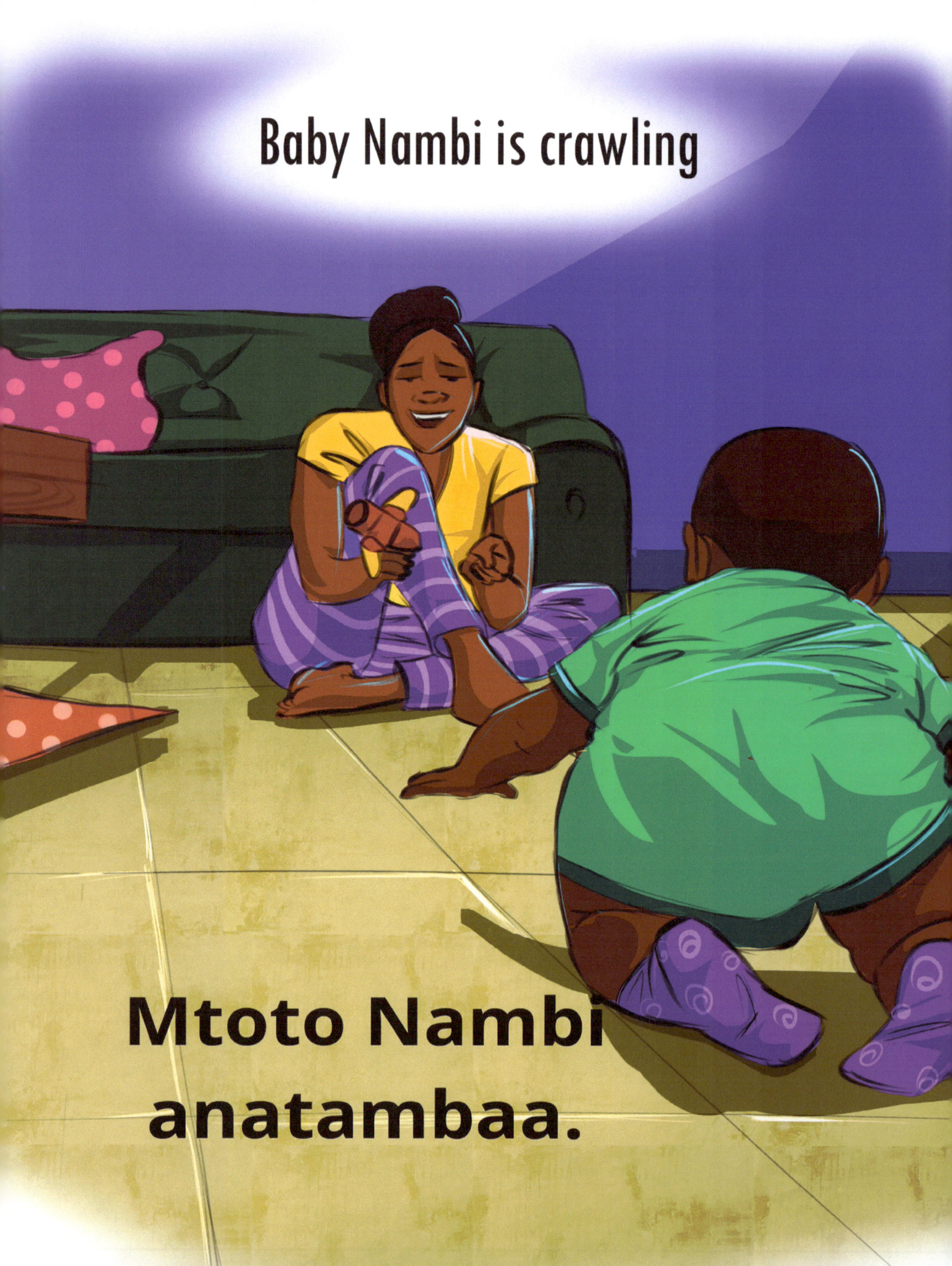
Baby Nambi is crawling

Mtoto Nambi anatambaa.

My sister Amooti is setting the table

Dada Amooti anaandaa meza.

Daddy is washing the car

Baba anaosha gari.

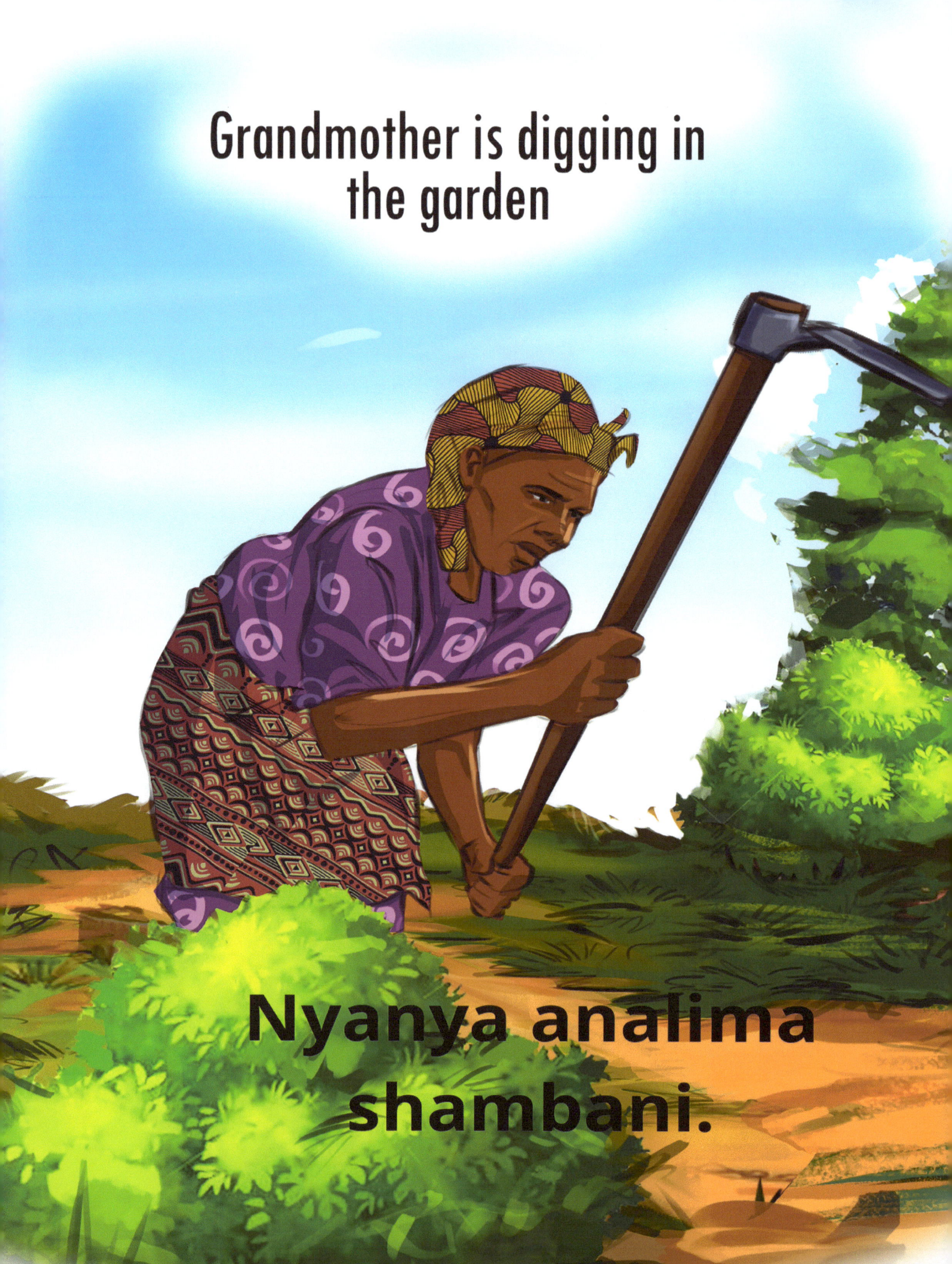

There are three pumpkins

kuna malenge matatu

The mangoes are ripe on the tree

Maembe yameiva kwa mti.

Winnie is braiding my hair

Winnie anasonga nywele yangu.

My brother Charles is mowing the lawn

Ndungu yangu Charles anafyeka Nyasi.

Grace is washing the dishes

Grace anaosha vyombo.

I cough and sneeze in my elbow and wash my hands after

Nina kohoa na kuchimua kwenye kiwiko cha mkono na baadaye naosha mikono.

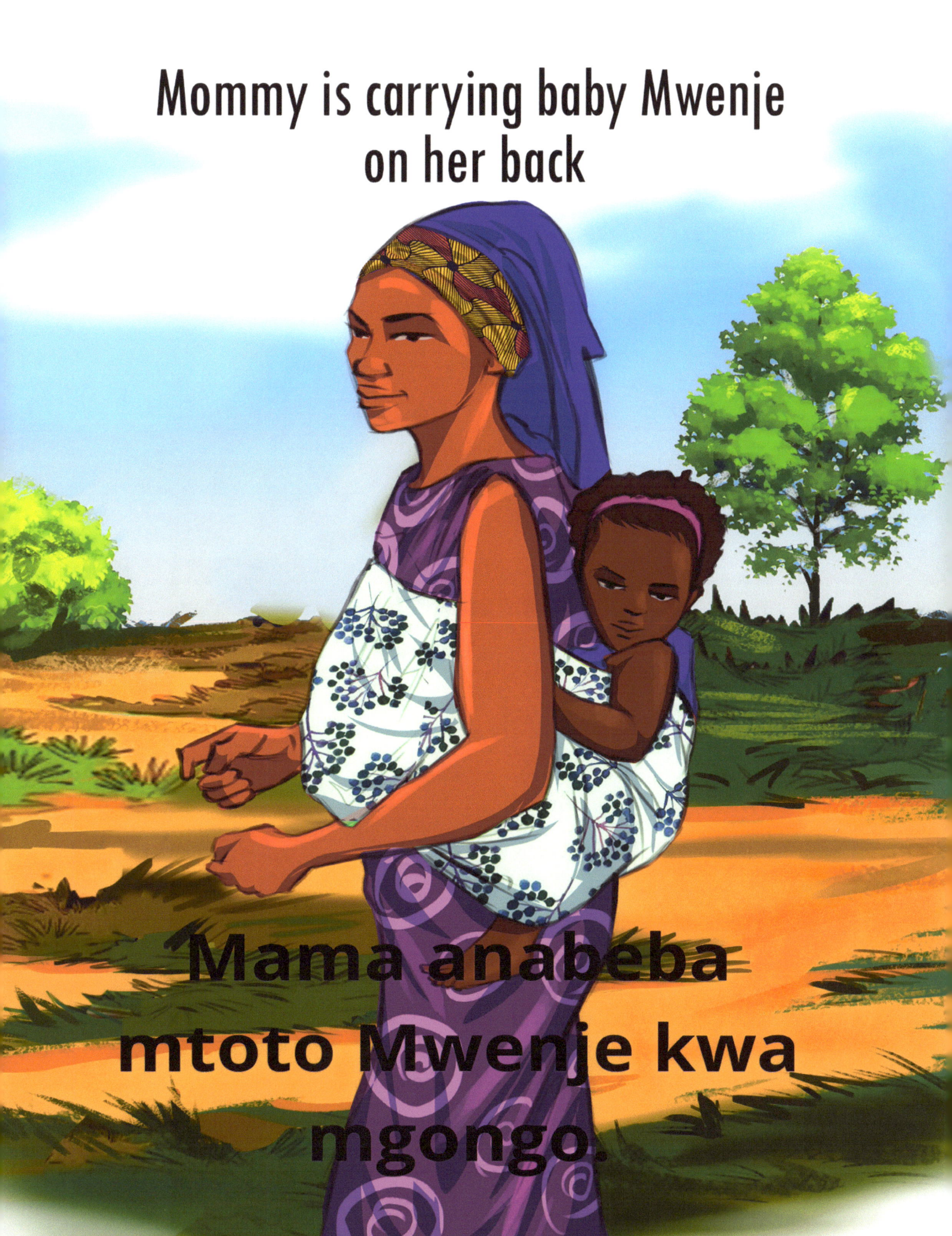

It is raining, I have my umbrella

Kuna nyesha niko na mwavuli wangu.

Grandmother is telling us a story

Nyanya anatwambia hadithi.

My cousin Michelle is washing dishes

Binamu yangu Michelle anaosha vyombo.

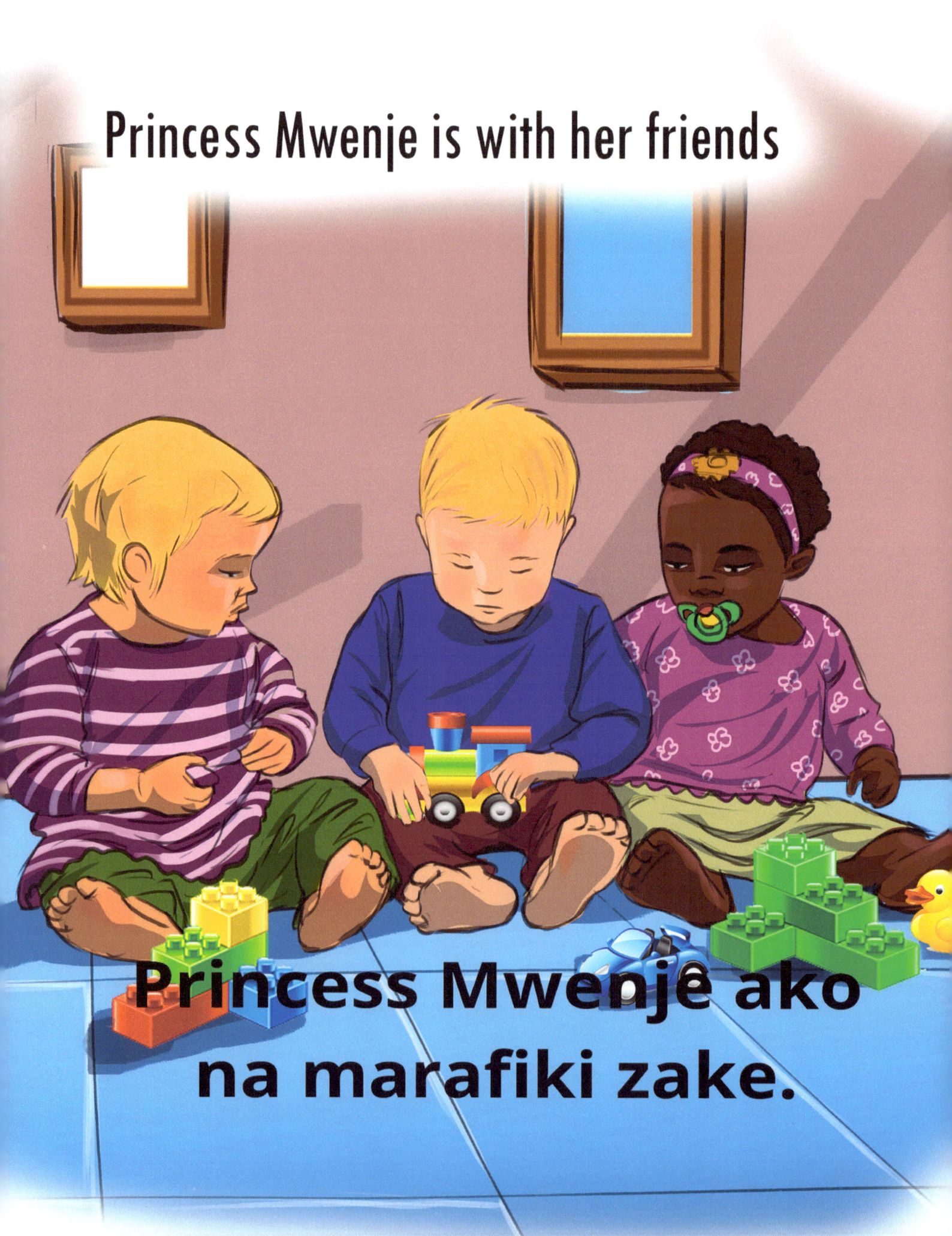

Grandmother is hanging clothes

Nyanya anaanika nguo.

We are skipping rope

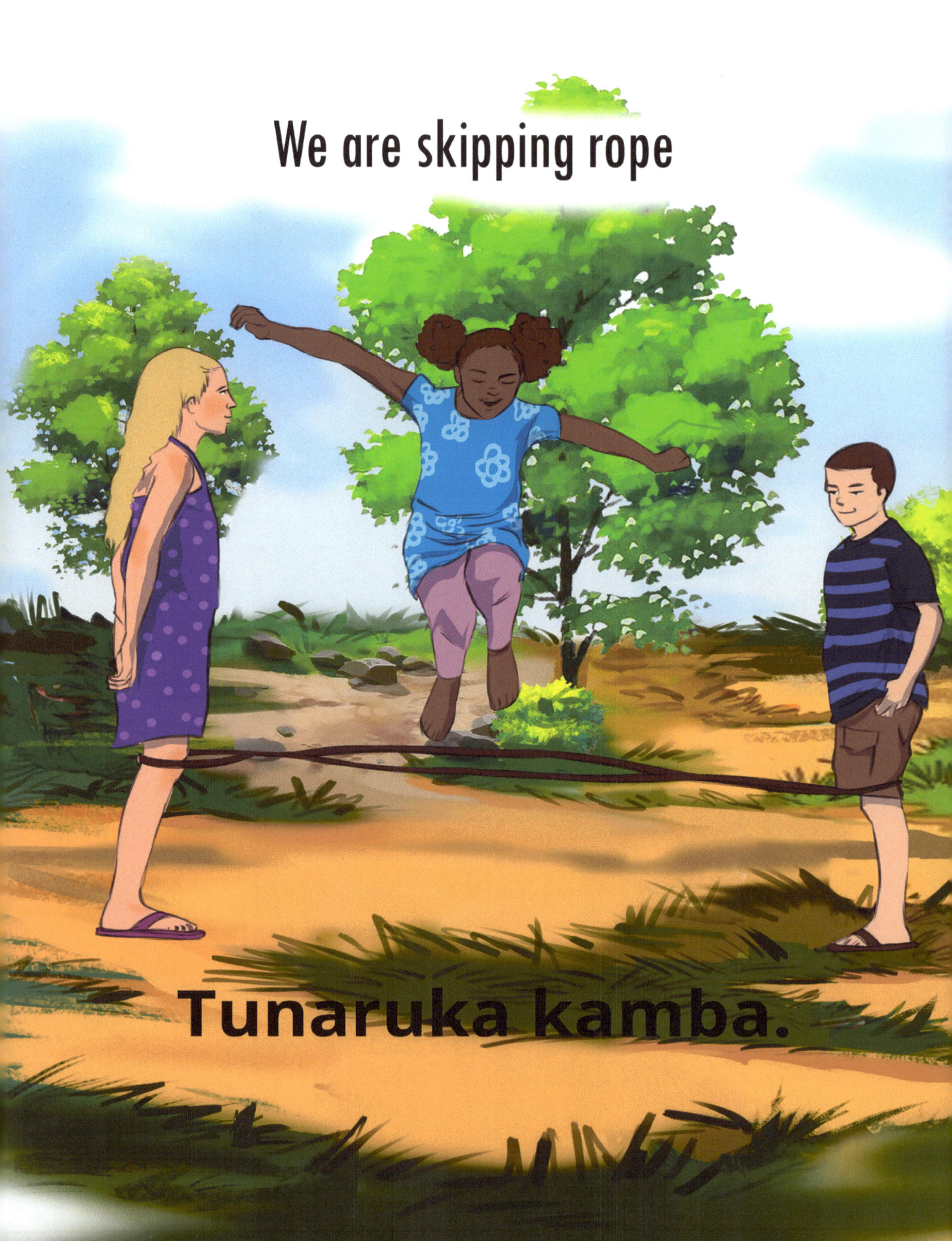

Tunaruka kamba.

We are waving at the neighbours

Tunawapungia mkono majirani.

I am sitting on a mat, eating a banana

Nimekaa kwenye mkeka, nakula ndizi.

Iam fetching water from the well

Nina teka maji kutoka kwa kisima.

Aunt Hilda is taking pictures

Shangazi Hilda anachukuwa picha.

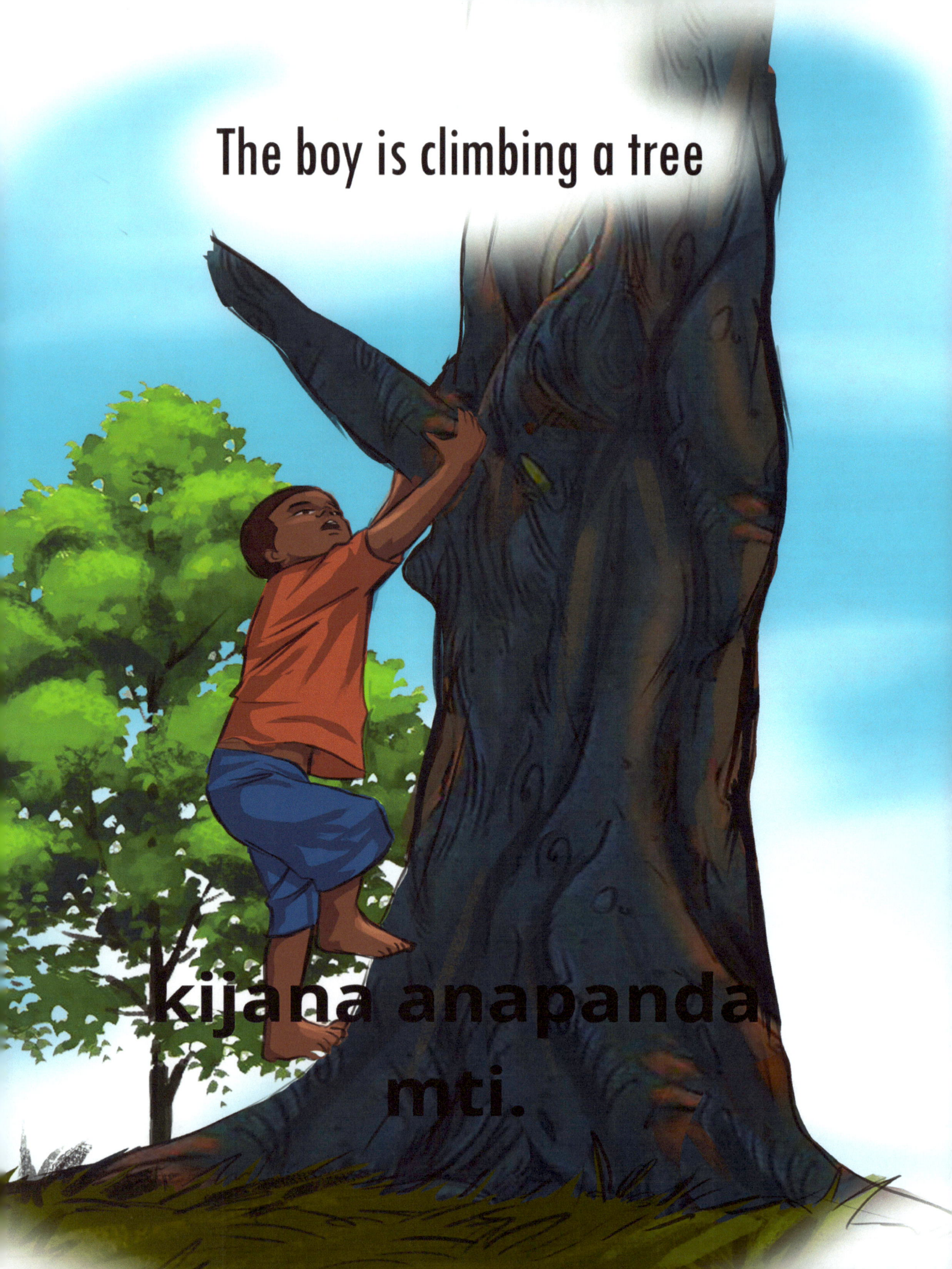

Dad is milking the cow

Baba anamkamua ng'ombe.

We are playing with the ball

Tunacheza na mpira.

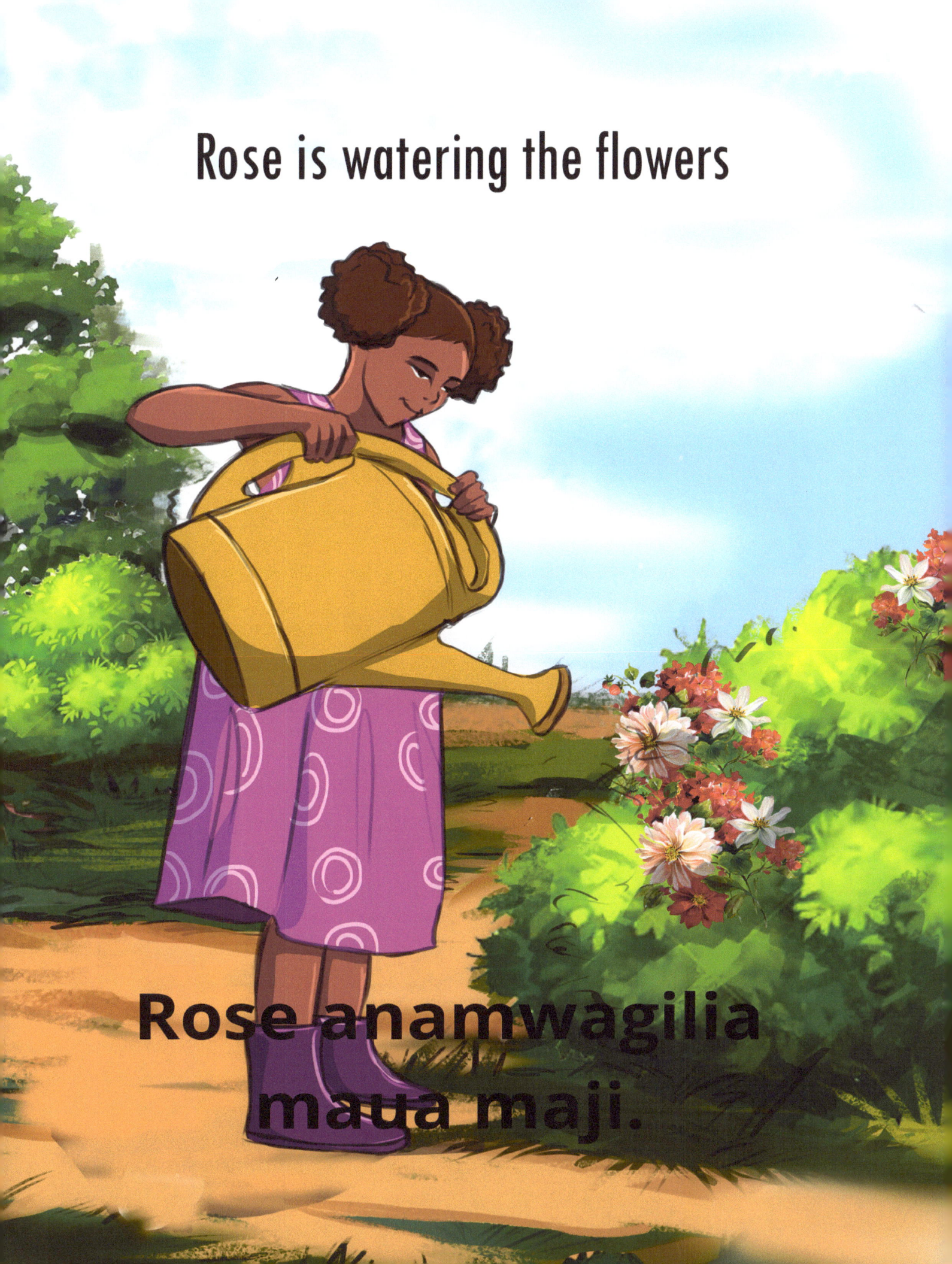

I can count from one to ten.

Nina weza kuhesabu moja hadi kumi .

Moja, Mbili, Tatu, Nne, Tano, Sita, Saba, Nane, Tisa, Kumi

I am having a bath

Nina oga.

We are praying before bedtime...
OUR FATHER
who art in heaven, hallowed be thy name; thy kingdom come; thy will be done on earth as it is in heaven.
Give us this day our daily bread, and forgive us our trespasses as we forgive those who trespass against us, and lead us not into temptation, but deliver us from evil.
AMEN

Tunaomba kabla ya kulala
Baba yetu
uliye mbinguni
jina lako litukuzwe
ufalme wako uje
mapenzi yako yafanyike
duniani kama vile mbinguni
utupe leo mkate wetu wa kila siku
utusamehe makosa yetu
kama vile tunasamehe
wale walio tukosea
utuepushe na majaribu
lakini utuokoe na Yule muovu
Amina.

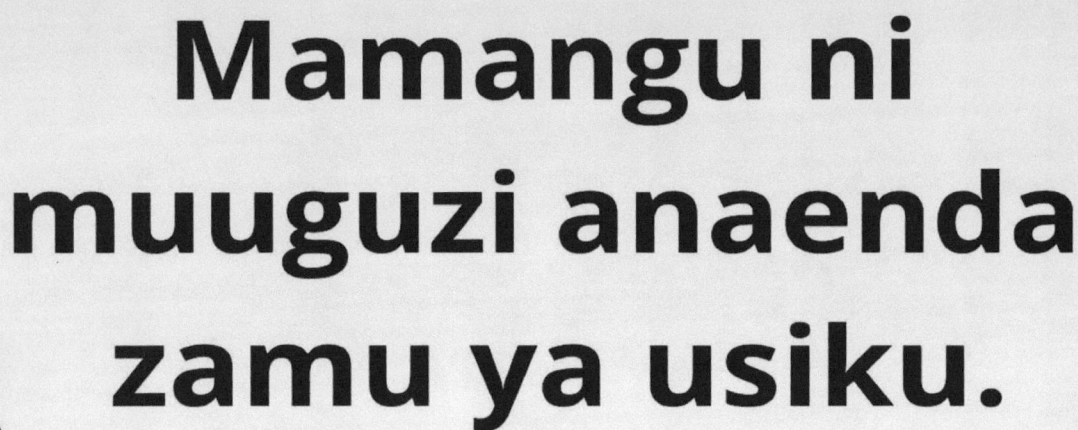

Mamangu ni muuguzi anaenda zamu ya usiku.

www.ingramcontent.com/pod-product-compliance
Lightning Source LLC
Chambersburg PA
CBHW042002150426
43194CB00002B/101